Impressum
Verlag: BABADADA GmbH, Nedderfeld 112 , 22529 Hamburg
Geschäftsführer / Verlagsleitung: Harald Hof
Druck: Books on Demand GmbH, In de Tarpen 42, 22848 Norderstedt

Imprint
Publisher: BABADADA GmbH, Nedderfeld 112 , 22529 Hamburg, Germany
Managing Director / Publishing direction: Harald Hof
Print: Books on Demand GmbH, In de Tarpen 42, 22848 Norderstedt, Germany

ትምህርት ቤት

skola

መማሪያ ክፍል
klassrum
ማካፈል
dividera
186/2
ሰሌዳ
tavla
የትምህርት ቤት ቅጥር ግቢ
skolgård
መምህር
lärare
ወረቀት
papper
መፃፍ
skriva
እስክሪብቶ
penna
መፃፊያ ጠረጴዛ
skrivbord
ማስመሪያ
linjal
መጽሐፍ
bok
ተማሪ
elev

የጀርባ ቦርሳ

skolväska

የእርሳስ መያዣ

pennfodral

እርሳስ

blyertspenna

የእርሳስ መቅረጫ

pennvässare

ላጲስ

suddgummi

የስዕል ደብተር

ritblock

ስዕል

teckning

የቀለም ብሩሽ

pensel

የቀለም ሳጥን

målarlåda

መቀስ

sax

ማጣበቂያ

lim

መልመጃ ደብተር

övningsbok

የቤት ስራ

hemläxa

ቁጥር

tal

መደመር

addera

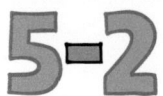

መቀነስ

subtrahera

ማባዛት

multiplicera

ቁጥሮችን ማስላት

räkna

ደብዳቤ

bokstav

ፊደላት

alfabet

ቃል

ord

ፅሑፍ

text

ማንበብ

läsa

ጠመኔ

krita

ትምህርት

lektion

ምዝገባ

register

ፈተና

prov

ሰርተፊኬት

intyg

የትምህርት ቤት የደንብ ልብስ

skoluniform

ትምህርት

utbildning

አዉደ ጥበብ

uppslagsverk

ዩኒቨርስቲ

universitet

የምርምር አጉሊ መሳርያ

mikroskop

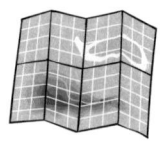

ካርታ

karta

የቆሻሻ ወረቀት መጣያ ቅርጫት

papperskorg

resa

ሆቴል
hotell
Grand
ማረፊያ ቤት
vandrarhem
ROOMS
የዉጭ ገንዘብ ምንዛሪ ቢሮ
växelkontor
ልብስ መያዣ ሻንጣ
resväska
መኪና
bil

ቋንቋ

språk

አዎ/ አይደለም

ja / nej

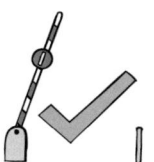

እሺ

Okay

ሰላም

hej

አስተርጓሚ

översättare

አመሰግናለሁ

Tack

ስንት ነዉ.......?

hur mycket kostar…?

አልገባኝም

jag förstår inte

እክል

problem

እንደምን አመሹ!

God kväll!

እንደምን አደሩ!

God morgon!

መልካም ምሽት!

God natt!

ደህና ይሰንብቱ

hejdå

አቅጣጫ

riktning

ሻንጣ

bagage

ቦርሳ

väska

የጀርባ ቦርሳ

ryggsäck

እንግዳ

gäst

ክፍል

rum

የመተኛ ቦርሳ

sovsäck

ድንኳን

tält

የጎብኚዎች መረጃ

turistinformation

የባህር ዳርቻ

strand

ክሬዲት ካርድ

kreditkort

ቁርስ

frukost

ምሳ

lunch

እራት

middag

ቲኬት

biljett

አሳንሰር

hiss

ማህተም

frimärke

ድንበር

gräns

ባህሎች

tull

ኤምባሲ

ambassad

ቪዛ/የይለፍ ወረቀት

visum

ፓስፖርት

pass

መጓጓዣ

transport

አዉሮፕላን
flygplan
መርከብ
fartyg
የእሳት አደጋ መኪና
brandbil
የጭነት መኪና
lastbil
አዉቶብስ
buss
የሞተር ጀልባ
motorbåt
ብስክሌት
cykel
መኪና
bil

የማመላለሻ ጀልባ

färja

ጀልባ

båt

የሞተር ብስክሌት

motorcykel

የፖሊስ መኪና

polisbil

የዉድድር መኪና

racerbil

የኪራይ መኪና

hyrbil

የመኪና መጋራት

bilpool

ጎታች መኪና

bärgningsbil

የቆሻሻ ጭነት መኪና

sopbil

ሞተር

motor

ነዳጅ

bränsle

የቤንዚን ማደያ

bensinstation

የመንገድ ምልክት

vägmärke

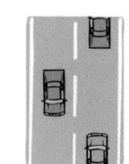

የመኪኖች እንቅስቃሴ

trafik

የመኪና መጨናነቅ

bilkö

የመኪና ማቆሚያ

parkeringsplats

የባቡር ጣቢያ

tågstation

የባቡር ሀዲዶች

räls

ባቡር

tåg

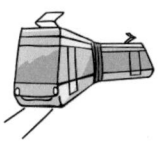

የኤሌክትሪክ ባቡር

spårvagn

ሰረገላ

vagn

ሄሊኮፕተር

helikopter

አየር ማረፊያ

flygplats

ማማ

torn

መንገደኛ

passagerare

ማስቀመጫ፤ ማጠራቀሚያ

container

ካርቶን እቃ ማሸጊያ

kartong

ጋሪ፤ ተሳቢ

vagn

ቅርጫት

korg

መነሳት/ ማረፍ

starta / landa

ከተማ

stad

መንደር

by

የከተማ ማዕከል

centrum

ቤት

hus

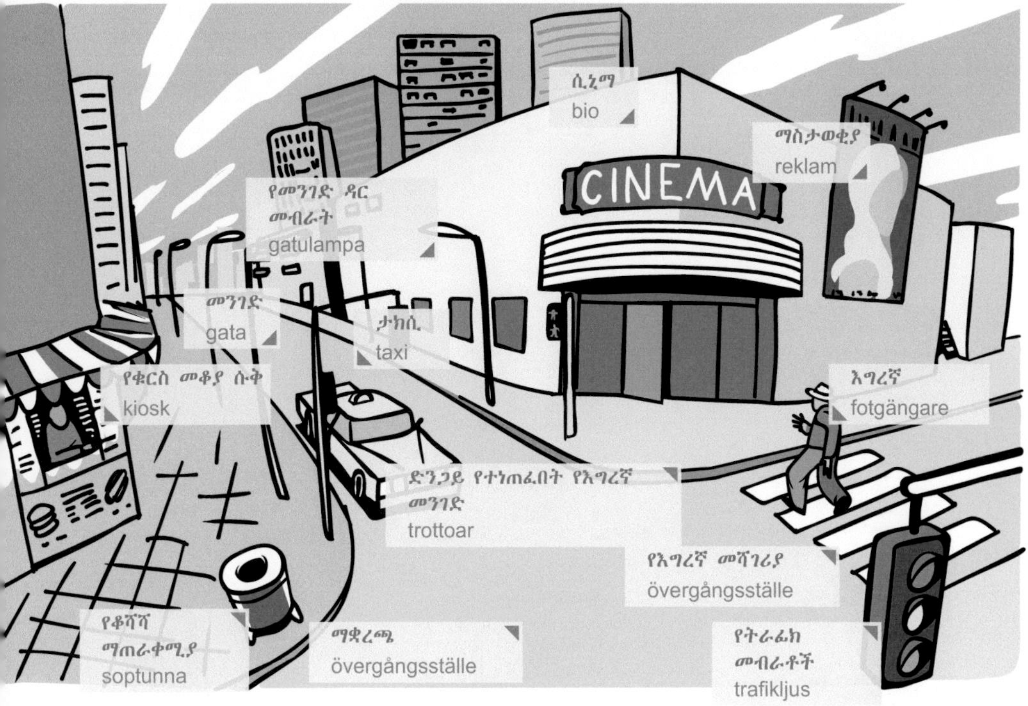

ሲኒማ
bio
CINEMA
ማስታወቂያ
reklam
የመንገድ ዳር መብራት
gatulampa
መንገድ
gata
ታክሲ
taxi
የቁርስ መቆያ ሱቅ
kiosk
እግረኛ
fotgängare
ድንጋይ የተነጠፈበት የእግረኛ መንገድ
trottoar
የእግረኛ መሻገሪያ
övergångsställe
የቆሻሻ ማጠራቀሚያ
soptunna
ማቋረጫ
övergångsställe
የትራፊክ መብራቶች
trafikljus

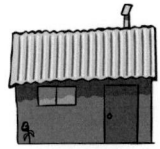

ጎጆ

stuga

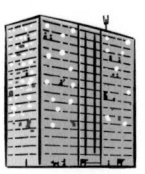

አፓርታማ

lägenhet

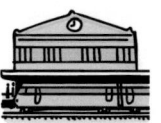

የባቡር ጣቢያ

tågstation

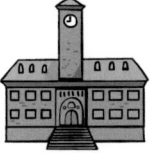

የከተማ አዳራሽ

stadshus

MUSEUM

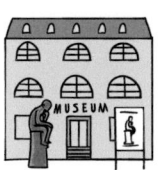

ቤተ መዘክር

museum

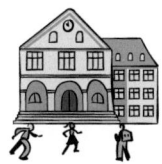

ትምህርት ቤት

skola

ዩኒቨርስቲ

universitet

ባንክ

bank

ሆስፒታል

sjukhus

ሆቴል

hotell

መድሐኒት ቤት

apotek

ቢሮ

kontor

መፅሐፍ መሸጫ

bokhandel

ሱቅ

affär

የአበባ መሸጫ

blomsterbutik

የሸቀጣ ሸቀጥ መደብር

stormarknad

ገበያ ስፍራ

marknad

መደብር

varuhus

የዓሳ ነጋዴ

fiskhandlare

የገበያ ማዕከል

köpcentrum

ወደብ

hamn

መናፈሻ ቦታ

park

አግዳሚ ወንበር

bänk

ድልድይ

brygga

ደረጃዎች

trappa

ዉስጥ ለዉስጥ

tunnelbana

ዋሻ

tunnel

የአዉቶቡስ ፌርማታ

busshållplats

ባር

bar

ምግብ ቤት

restaurang

የፖስታ ሳጥን

brevlåda

የመንገድ ምልክት

gatuskylt

የመኪና ማቆሚያ ሒሳብ የሚያስላ ማሽን

parkeringsautomat

የደር እንስሳት ማቆያ

zoo

የመዋኛ ገንዳ

simbassäng

መስጊድ

moské

እርሻ

bondgård

የሚበክል ነገር

förorening

መቃብር ስፍራ

kyrkogård

ቤተ ክርስቲያን

kyrka

መጫወቻ ሜዳ

lekplats

ቤተ መቅደስ

tempel

መልከዓምድር
landskap

ቅጠል
löv

የመንገድ ላይ
ምልክት
vägskylt

መንገድ
väg

አረንጓዴ መስክ
äng

ድንጋይ
sten

በእግሩ የሚጓዝ
liftare

ዛፍ
träd

ወንዝ
flod

ሳር
gräs

አበባ
blomma

ሸለቆ

dal

ኮረብታ

kulle

ሀይቅ

sjö

ጫካ

skog

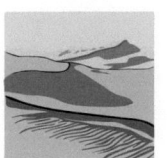

በረሃ

öken

እሳተ ገሞራ

vulkan

ግምብ

slott

ቀስተ ዳመና

regnbåge

እንጉዳይ

svamp

የቴምብር ዛፍ/ ዘንባባ

palm

ቢንቢ/ የወባ ትንኝ

mygga

በራሪ

fluga

ጉንዳን

myra

ንብ

bi

ሸረሪት

spindel

ጢንዚዛ

skalbagge

እንቁራሪት

groda

ሽኮኮ

ekorre

ጃርት

igelkott

ጥንቸል

hare

ጉጉት ወፍ

uggla

ወፍ

fågel

የዉሃ ዳክዬ

svan

ከርከሮ

vildsvin

አጋዘን

rådjur

አጋዘን

älg

ግድብ

damm

በነፋስ የሚሽከረከር

vindkraftverk

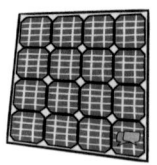

የፀሀይ ፓኔሎ

solcellspanel

አየር ንብረት

klimat

ምግብ ቤት

restaurang

አስተናጋጅ
servitör
meny
ወንበር
stol
ሾርባ
soppa
ፒዛ
pizza
መክተፊያ
bestick
የጠረጴዛ ጨርቅ
bordsduk

የምግብ ፍላጎትን የሚከፍት ምግብ
förrätt

ዋና ምግብ
huvudrätt

ማጣጣሚያ ተከታይ ምግብ
dessert

መጠጦች
drycker

ምግብ
mat

ጠርሙስ
flaska

ፈጣን ምግብ

snabbmat

የመንገድ ምግብ

street food

የሻይ ማንቆርቆሪያ

tekanna

የስኳር እቃ

sockerskål

ድርሻ

portion

የቡና ማፊያ ማሽን

espressomaskin

ባለጌ ወንበር

barnstol

የክፍያ ደረሰኝ

räkning

ትሪ

bricka

ቢላዋ

kniv

ሹካ

gaffel

ማንኪያ

sked

የሻይ ማንኪያ

tesked

ልብስ ምግብ እንዳይነካ የሚረዳ ጨርቅ

servett

ብርጭቆ

glas

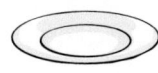

ዝርግ ሰሀን

tallrik

የሾርባ ጎድጓዳ ሰሀን

sopptallrik

የስኒ ማስቀመጫ

tefat

ማጣፈጫ ስጎ

sås

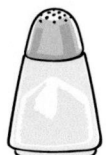

የጨዉ እቃ

saltkar

የተፈጨ ቃሪያ

pepparkvarn

ኮምጣጤ

vinäger

የምግብ ዘይት

olja

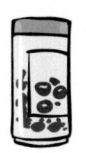

ቀመማ ቅመሞች

kryddor

የቲማቲም ድልህ

ketchup

ሰናፍጭ

senap

ማዮኒዝ

majonnäs

የሸቀጣ ሸቀጥ መደብር

stormarknad

ልዩ አቅራቦት
specialerbjudande
FOR
ደምበኛ
kund
የወተት ተዋፅዖ
mejeriprodukter
ፍራፍሬ
frukt
ባለ ጎማ የእጅ ጋሪ
varukorg

ሉካንዳ ነጋዴ

charkuteri

መጋገርያ

bageri

ክብደት መመዘን

väga

ቅጠላ ቅጠል አትክልት

grönsaker

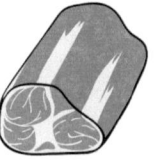

ስጋ

kött

የቀዘቀዘ/የረጋ ምግብ

frysta livsmedel

ቀዝቃዛ ቁራጭ

påläggg

የታሸገ ምግብ

konserver

የማጠቢያ ዱቄት

tvättmedel

ጣፋጮች

godis

የቤት ዉስጥ ዉጤቶች

hushållsprodukter

የፅዳት ምርቶች

rengöringsmedel

የሽያጭ ባለሙያ

försäljare

የገንዘብ መመዝቢያ ማሽን

kassa

የሒሳብ ሰራተኛ

kassör

የግዢ ዝርዝር

inköpslista

ክፍት ሰዓታት

öppettider

የኪስ ቦርሳ

plånbok

ክሬዲት ካርድ

kreditkort

ቦርሳ

väska

የፕላስቲክ ቦርሳ

plastpåse

መጠጦች
drycker

ዉሃ

vatten

ጭማቂ

juice

ወተት

mjölk

ኮካ-ኮላ

cola

ወይን

vin

ቢራ

öl

አልኮል

alkohol

ኮካ

kakao

ሻይ

te

ቡና

kaffe

የተፈላ ቡና

espresso

ካፑቺኖ

cappuccino

ሙዝ

banan

ፖም

äpple

ብርቱካን

apelsin

ሀብሀብ

melon

ሎሚ

citron

ካሮት

morot

ነጭ ሽንኩርት

vitlök

ሸምበቆ

bambu

ቀይ ሽንኩርት

lök

እንጉዳይ

svamp

ለዉዝ

nötter

የህፃናት ምግብ

nudlar

ፓስታ

spaghetti

ሩዝ

ris

ሰላጣ

sallad

የድንች ጥብስ

pommes frites

ድንች ጥብስ

stekt potatis

ፒዛ

pizza

ዳቦ ዉስጥ በስሱ ተጠብሶ የገባ
ስጋ
hamburgare

ሳንድዊች

smörgås

ጥሬ ስጋ

schnitzel

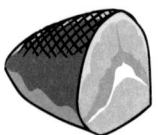

የአሳማ ስጋ

skinka

በቅመምና በጨዉ የታሸ ምግብ
ቀዝቅዞ የሚበላ ሾርባ ምግብ

salami

ቋሊማ

korv

ዶሮ

kyckling

ጥብስ

stek

አሳ

fisk

የአጃ ገንፎ

havregryn

ከወተት ጋር ተደባልቀዉ የሚበሉ ""ምግቦች""

müsli

የበቆሎ ቅርፊት

cornflakes

ዱቄት

mjöl

ኩራሳ

croissant

ድብልብል ዳቦ

fralla

ዳቦ

bröd

መጥበስ

rostat bröd

ብስኩት

kex

ቅቤ

smör

እርጎ

kvarg

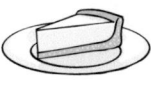

ኬክ

kaka

እንቁላል

ägg

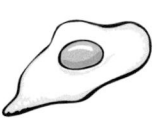

እንቁላል ጥብስ

stekt ägg

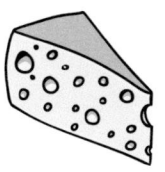

አይብ

ost

የበረዶ ክሬም
....
glass

ስኳር
....
socker

ማር
....
honung

ማርማላት
....
sylt

የተናጠ የወተት ክሬም
....
nougatkräm

ማጣፈጫ
....
curry

እርሻ
bondgård

የገበሬ ቤት
lantgård
የእህልና የከብት ማቀመጫ ቤት
ladugård
ፈረስ
häst
የጭድ ክምር
halmbal
ሜዳ
fält
ተሳቢ መኪና
trailer
የእርሻ መኪና
traktor
የፈረስ ዉርንጭላ
föl
አህያ
åsna
በግ
får
የበግ ጠቦት
lamm

ፍየል

get

ላም

ko

ጥጃ

kalv

አሳማ

gris

ግልገል አሳማ

griskulting

ኮርማ

tjur

ዝይ

gås

ዳክዬ

anka

የዶሮ ጫጩት

kyckling

ዶር

höna

አዉራ ዶሮ

tupp

አይጥ

råtta

ደድመት

katt

አይጥ

mus

በሬ

oxe

ዉሻ

hund

የዉሻ ቤት

hundkoja

የአትክልት ቦታ

trädgårdsslang

ዉሃ ማጠጫ ባልዲ

vattenkanna

ረጅም ማጭድ

lie

ማረሻ

plog

28 እርሻ - bondgård

ማጭድ

skära

መኮትኮቻ

hacka

የእህል መንሽ

högaffel

መጥረቢያ

yxa

ኩርኩር/ የእጅ ጋሪ

skottkärra

ገንዳ

tråg

የወተት ዕቃ

mjölkflaska

ጆንያ ከረጢት

säck

አጥር

staket

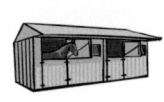

የፈረስ ጋጣ

stall

ዕፅዋት ማሳደጊያ የመስታዉት ቤት

växthus

አፈር

jord

ዘር

säd

የመሬት ማዳበሪያ

gödsel

ጥምር ማረሻ

skördetröska

አዝመራ መሰብሰብ

skörda

አዝመራ

skörd

ድንች

jams

ስንዴ

vete

ሶያ

soja

ድንች

potatis

በቆሎ

majs

የከብት መኖ

raps

የፍሬ ዛፍ

fruktträd

የካሳቫ ዛፍ

maniok

እህል

spannmål

ቤት

hus

የጨስ ማዉጫ
skorsten
ጣራ
tak
stuprör
መስኮት
fönster
ጋራዥ
garage
የበር ደወል
dörrklocka
በር
dörr
የቆሻሻ ማጠራቀሚያ
soptunna
ፖስታ ሳጥን
brevlåda
የአትክልት ቦታ
trädgård

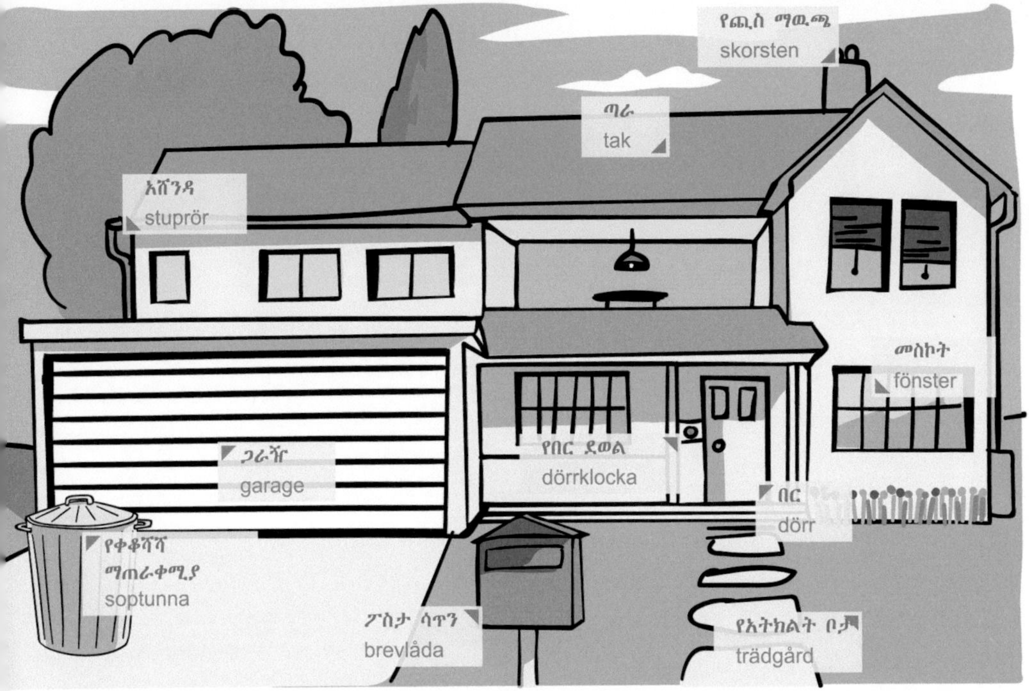

ሳሎን

vardagsrum

መታጠቢያ ቤት

badrum

ማድቤት

kök

መኝታ ቤት

sovrum

የልጅ ክፍል

barnrum

መመገቢያ ክፍል

matsal

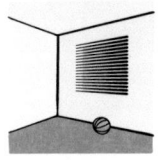

ወለል

golv

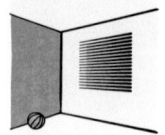

ግድግዳ

vägg

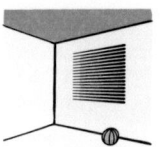

ጣሪያ

tak

ምድር ቤት

källare

በእንፋሎት ሙቀት መታጠቢያ ቤት

bastu

ሰገነት

balkong

ከፍ ያለ መደብ

terrass

የመዋኛ ገንዳ

bassäng

የማጨጃ መኪና

gräsklippare

አንሶላ

lakan

የአልጋ ልብስ

överkast

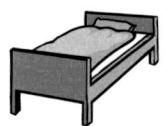

አልጋ

säng

መጥረጊያ

kvast

ባልዲ

hink

ማብሪያና ማጥፊያ

strömbrytare

vardagsrum

የግድግዳ ወረቀት
tapet
ፎቶ
bild
መብራት
lampa
መደርደሪያ
hylla
ቁም ሳጥን፣ ካቢኔ
skåp
TV
የእሳት መሞቂያ
eldstad
አበባ
blomma
ትራስ
kudde
ሶፋ
soffa
የአበባ ማስቀመጫ
vas
ሪሞት ኮንትሮል
fjärrkontroll

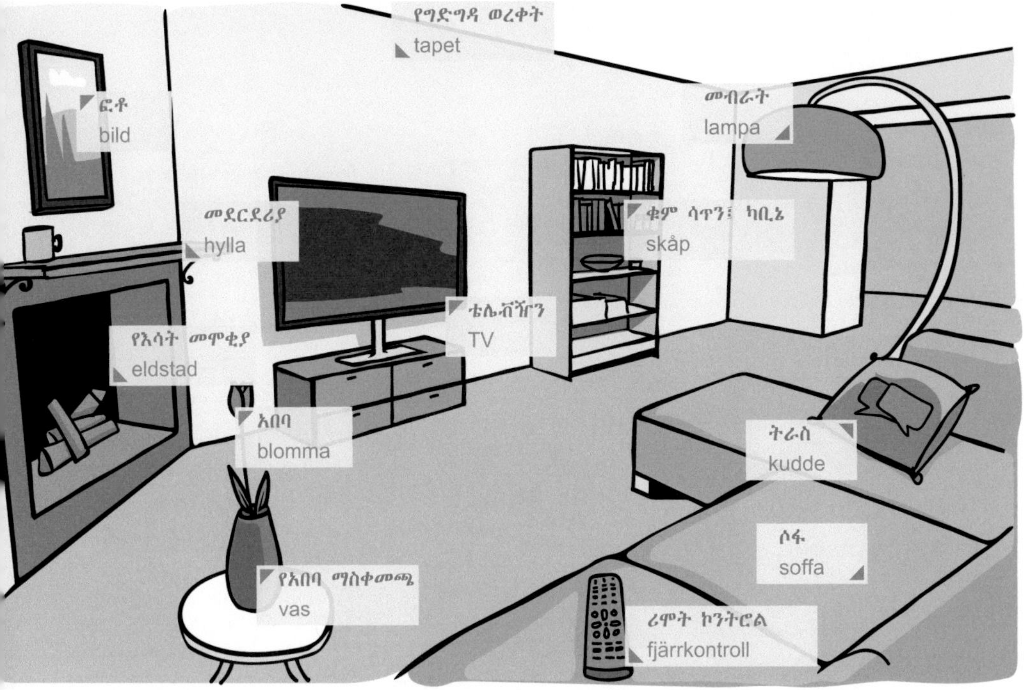

ንጣፍ

matta

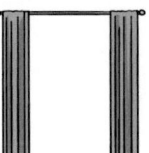

መጋረጃ

gardin

ጠረጴዛ

bord

ወንበር

stol

ተወዛዋዥ ወንበር

gungstol

ባለመደገፊያ ወንበር

fåtölj

መጽሐፍ

bok

ብርድ ልብስ

filt

ጌጥ

dekoration

ማገዶ

vedträ

ፊልም

film

የሙዚቃ መማጫወቻ

stereoanläggning

ቁልፍ

nyckel

ጋዜጣ

dagstidning

ስዕል

målning

የተለጠፈ ማስታወቂያ እንደ ስዕል

poster

ራዲዮ

radio

ማስታወሻ ደብተር

anteckningsbok

የአየር ማፅጃ ለምንጣፍ

dammsugare

ቁልቋል

kaktus

ሻማ

stearinljus

ማቀዝቀዣ
kylskåp
ማይክሮዌቭ ምግብ ማብሰያ
mikrovågsugn
የኩሽና መመዘኛ ሚዛን
köksvåg
ዳቦ መጥበሻ
brödrost
ንፁህ ማድረጊያ
rengöringsmedel
ምድጃ
ugn
ማቀዝቀዣ
frys
የቀቆሻሻ ማጠራቀሚያ
soptunna
እቃ ማጠቢያ
diskmaskin

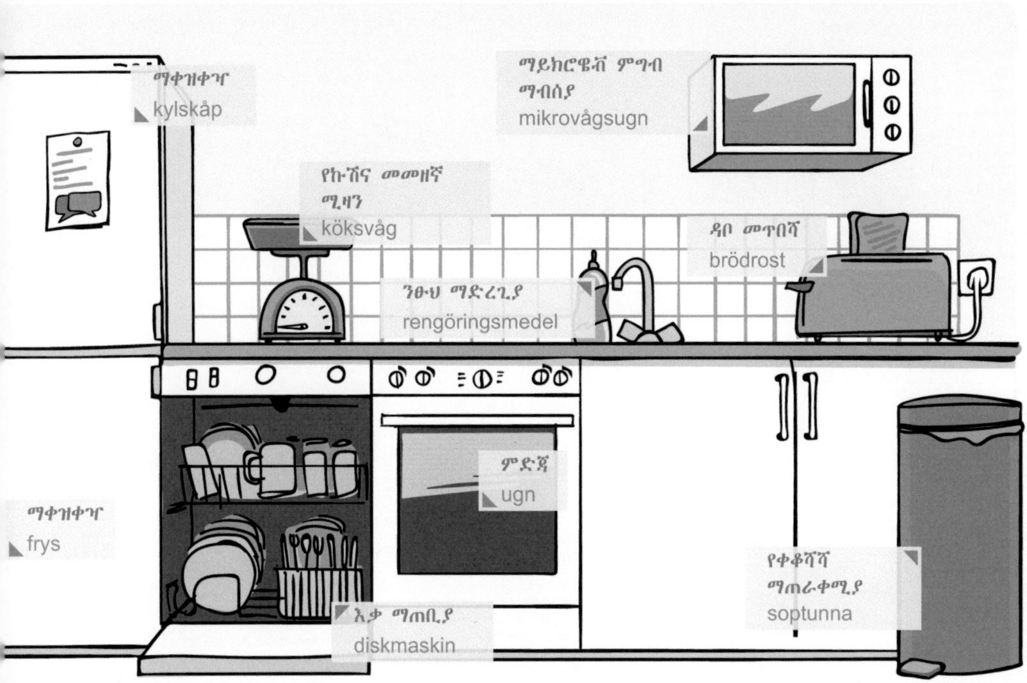

ምግብ አብሳይ

spis

ማሰሮ

kastrull

የብረት ማሰሮ

järngryta

ምግብ ማብሰያ ዝርግ ድስት

wok / kadai

የምግብ መጥበሻ

stekpanna

ማንቆርቆሪያ

vattenkokare

የእንፋሎት ማብሰያ

ångkokare

የመጋገሪያ ትሪ

bakplåt

ሰብስቦች

porslin

ትልቅ ኩባያ

mugg

ጎድጓዳ ሳህን

skål

ቾፕስቲክስ

ätpinnar

ጭልፋ

soppslev

መስቅሰቂያ ዝርግ ማንኪያ

stekspade

ማደባለቂያ

visp

መወጠሪያ

durkslag

ወንፊት

sil

መፈርፈሪያ መሳሪያ

rivjärn

ሲሚንቶ

mortel

የፍም ጥብስ

grill

የተለቀቀ እሳት

brasa

መክተፊያ

....

skärbräda

ተንሸራታች መርፌ

....

kavel

የጠርሙስ መክፈቻ

....

korkskruv

ጣሳ

....

burk

የጣሳ መክፈቻ

....

burköppnare

የማሰሮ መሸፈኛ

....

grytlapp

ሳህን ማጠቢያ

....

vask

ብሩሽ

....

borste

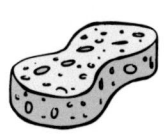

ስፖንጅ

....

svamp

መደባለቂያ መሳሪያ

....

mixer

በጣም ማቀዝቀዣ

....

frys

ጡጦ

....

nappflaska

ቧንቧ

....

kran

መታጠቢያ ቤት

badrum

ማሞቂያ
värme
ፎጣ
handduk
መታጠቢያ
dusch
የመታጠቢያ ቤት መጋረጃ
duschdraperi
የአረፋ መታጠቢያ
bubbelbad
የመታጠቢያ ገንዳ
badkar
የልብስ ማጠቢያ
tvättmaskin
ብርጭቆ
glas
kran
ማዕዘን ወለል
kakel
ፖፖ
potta
ሳህን ማጠቢያ
vask

ሽንት ቤት

toalett

የሽንት ቤት መቀመጫ

låg toalett

ሳፋ

bidet

የመንገድ ዳር መሽኛ

pissoar

የሽንት ቤት ወረቀት

toalettpapper

የሽንት ቤት ማፅጃ ብሩሽ

toalettborste

የጥርስ ብሩሽ

tandborste

የጥርስ ሳሙና

tandkräm

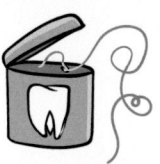

የጥርስ ማፅጃ ክር

tandtråd

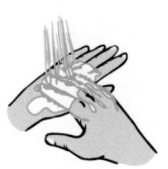

መታጠብ

tvätta

የእጅ መታጠቢያ

handdusch

መታጠቢያ

intimdusch

ጎድጓዳ ሳህን

handfat

የጀርባ ብሩሽ

ryggborste

ሳሙና

tvål

የመታጠቢያ የሚዝለገለግ ሳሙና

duschgel

የፀጉር መታጠቢያ ሳሙና

schampo

ለስላሳ ጨርቅ

trasa

ፍሳሽ

avlopp

ክሬም

crème

ጠረን መቀየሪያ ንጥረ ነገር

deodorant

መስታወት

spegel

የእጅ መስታወት

handspegel

ምላጭ

rakhyvel

የመላጫ አረፋ

raklödder

ከመላጨት በኋላ የሚቀባ ሽቱ

rakvatten

ማበጠሪያ

kam

ብሩሽ

borste

የፀጉር ማድረቂያ

hårtork

በፀጉር ላይ የሚነፋ

hårspray

የፊት መቀባቢያ

smink

የከንፈር ቀለም

läppstift

የጥፍር ቀለም

nagellack

የጥጥ ሱፍ

bomullsvadd

ጥፍር መቁረጫ

nagelsax

ሽቶ

parfym

ማጠቢያ ባልዲ

necessär

መቀመጫ

pall

ሚዛን

våg

የመታጠቢያ ልብስ

badrock

የላስቲክ ጓንት

gummihandskar

ሞዴስ

tampong

የፅዳት ፎጣ

binda

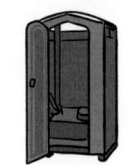

የሽንት ቤት ኬሚካል

kemisk toalett

የልጅ ክፍል
barnrum

የማንቂያ ደዉል ሰዐት
väckarklocka
የህፃን አሻንጉሊት
gosedjur
የመጫወቻ መኪና
leksaksbil
ማንገጫገጫ መጫወቻ
skallra
የአሻንጉሊት ቤት
dockhus
ስጦታ
present

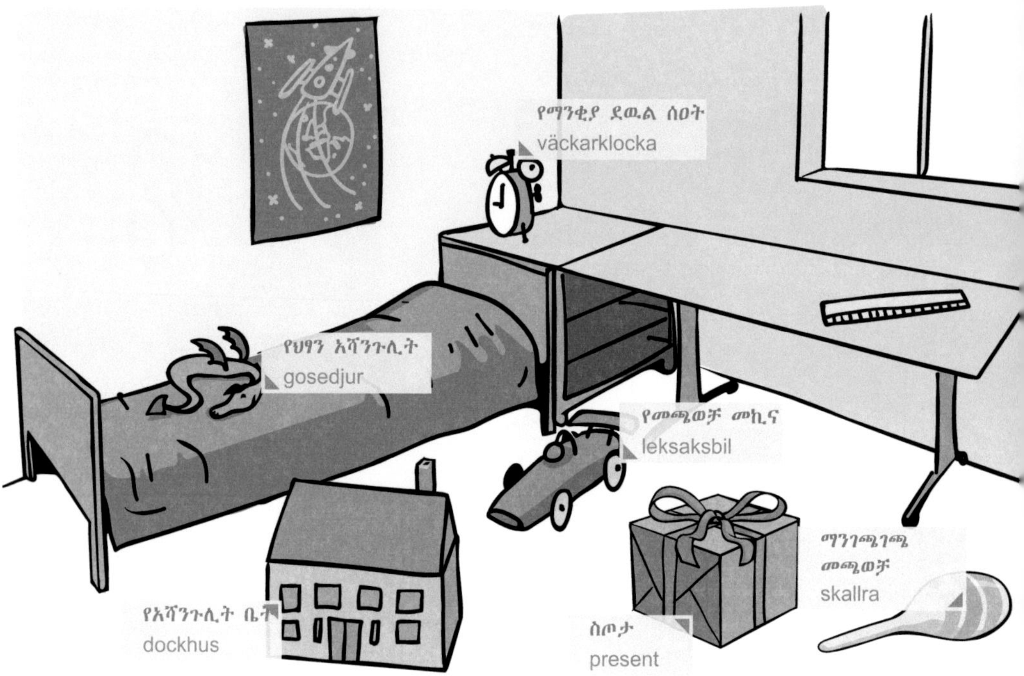

ፊኛ

ballong

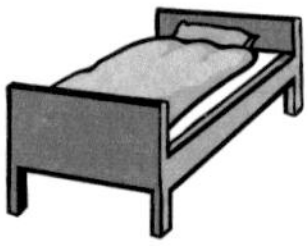

አልጋ

säng

የህፃን ማንሸራሸሪያ ጋሪ

barnvagn

የካርታ መጫወቻ

kortlek

ቁርጥራጭ ምስሎችን የማገጣጠም እና ምስል የማግኘት ጨዋታ

pussel

አዝናኝ

serietidning

ተገጣጣሚ መጫወቻ

legobitar

የመጫወቻ መገጣጠሚያዎች

klossar

የድርጊት ምስል

actionfigur

የህፃን እድገት

sparkdräkt

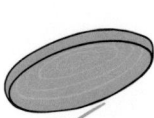

የፕላስቲክ መጫወቻ ዝርግ ሰሀን

frisbee

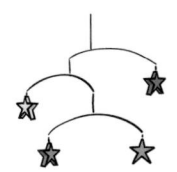

ተወዛዋዥ የህፃን ማጫወቻ

mobil

የሰሌዳ ጨዋታ

brädspel

የመጫወቻ ጠጠር

tärning

የመጫወቻ ባቡር

modelljärnväg

የእንጀራ እናት ጡጦ

napp

ድግስ

party

የስዕል መፅሀፍ

bilderbok

ኳስ

boll

አሻንጉሊት

docka

መጫወት

spela

የአሸዋ መጫወቻ

sandlåda

ዥዋዥዌ

gunga

መጫወቻዎች

leksaker

የቪዲዮ መጫወቻ

spelkonsol

ባለ ሶስት ጎማ ብስክሌት

trehjuling

የአሻንጉሊት ድብ

nalle

ቁምሳጥን

garderob

አልባሳት

kläder

ካልሲዎች

sockar

ስቶኪንጎች

strumpor

ታይት

tights

የአንገት ልብስ
halsduk

ግንጥላ
paraply

ክናቱራ
t-shirt

ቀበቶ
bälte

ቡቲ
stövlar

የቤት ዉስጥ ነጠላ ጫማ
tofflor

ስኒከሮች
sneakers

ነጠላ ጫማዎች
sandaler

ጫማዎች
skor

የዝናብ ቡትስ
gummistövlar

ሙታንታ
underbyxor

ጡት መያዣ
BH

ሰደርያ
linne

ሰዉነት

body

ሱሪዎች

byxor

ጅንስ

jeans

ጉርድ ቀሚስ

kjol

ሸሚዝ

blus

ሸሚዝ

skjorta

የሚጠለቅ ሹራብ

pullover

ሹራብ

sweater

ዩኒፎርም ጃኬት

blazer

ጃኬት

jacka

ኮት

kappa

የዝናብ ኮት

regnjacka

ልብስ

dräkt

ቀሚስ

klänning

የሙሽራ ቀሚስ

bröllopsklänning

ሱፍ

kostym

የለሊት ልብስ

nattlinne

የለሊት ልብስ

pyjamas

ረጅም ቀሚስ

sari

ሂጃብ

slöja

ጥምጣም

turban

ቡርቃ

burka

ሸርጥ

kaftan

አባያ

abaya

የዋና ልብስ

baddräkt

አጭር ቁምጣ

badbyxor

ቁምጣዎች

shorts

የስራ ቱታ

träningsoverall

ሸርጥ

förkläde

ጓንት

handskar

ቁልፍ

knapp

መነፅር

glasögon

አምባር

armband

የአንገት ሀብል

halsband

ቀለበት

ring

የጆሮ ጌጥ

örhänge

ኮፍያ

mössa

የኮት መስቀያ

galge

ኮፍያ

hatt

ከረቫት

slips

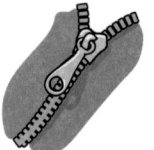

ዚፕ

dragkedja

የብረት ቆብ

hjälm

መደገፊያ

hängslen

የትምህርት ቤት የደንብ ልብስ

skoluniform

የደንብ ልብስ

uniform

መሃረብ

haklapp

የእንጀራ እናት ጡጦ

napp

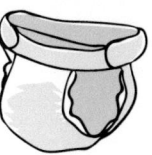

ሽንት ጨርቅ

blöja

ቢሮ

kontor

ማሰራጫ ጣቢያ
server
የፋይል መደርደሪያ ካቢኔ
dokumentskåp
የህትመት መሳሪያ
skrivare
ወረቀት
papper
መቆጣጠሪያ
bildskärm
mus
መፃፊያ ጠረጴዛ
skrivbord
ማህደር
mapp
የመፃፊ ቁልፎች
tangentbord
የቆሻሻ ወረቀት መጣያ ቅርጫት
papperskorg
ኮምፒዉተር
dator
ወንበር
stol

የቡና መጠጫ ትልቅ ኩባያ

kaffemugg

ማስሊያ ማሽን

miniräknare

ኢንተርኔት

internet

ላፕቶፕ

bärbar dator

ደብዳቤ

brev

መልዕክት

meddelande

ተንቀሳቃሽ ስልክ

mobiltelefon

የግንኙነት አዉታር

nätverk

ማባዣ ማሽን

kopieringsapparat

ሶፍትዌር

programvara

ስልክ

telefon

የግድግዳ ሶኬት

vägguttag

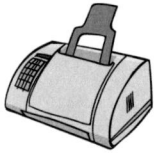

የፋክስ ማሽን

fax

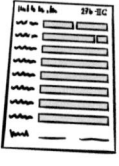

ቅፅ

blankett

ሰነድ

dokument

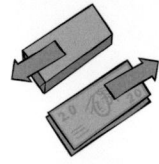

መግዛት

köpa

መክፈል

betala

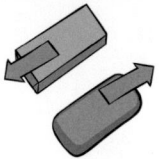

መነገድ

handla

ገንዘብ

pengar

ዶላር

dollar

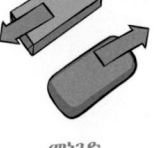

ዩሮ

euro

የን

yen

ሩብል

rubel

የስዊዝ ፍራንክ

schweizisk franc

ሬንሚንቢ ዩዋን

renminbi yan

ሩጲ

rupie

የገንዘብ ነጥብ

bankomat

የዉጭ ገንዘብ ምንዛሬ ቢሮ
....
växelkontor

ወርቅ
....
guld

ብር
....
silver

ዘይት
....
olja

ሀይል፤ ጉልበት
....
energi

ዋጋ
....
pris

ግንኙነት
....
kontrakt

ቀረጥ
....
skatt

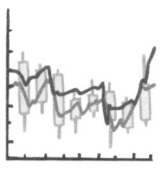

አክስዮን
....
aktie

መስራት
....
arbeta

ተቀጣሪ
....
anställd

ቀጣሪ
....
arbetsgivare

ፋብሪካ
....
fabrik

ሱቅ
....
affär

የስራ ሙያዎች

yrken

የፖሊስ አዛዥ
polis
የእሳት አደጋ ሰራተኛ
brandman
ምግብ አብሳይ
kock
ዶክተር
läkare
አብራሪ
pilot

አትክልተኛ

trädgårdsmästare

አናጢ

snickare

ልብስ ሰፊ ሴት

sömmerska

ዳኛ

domare

ቀማሚ

kemist

ተዋናይ

skådespelare

የአዉቶቢስ ሹፌር

busschaufför

የታክሲ ሹፌር

taxichaufför

አሳ አጥማጅ

fiskare

ፅዳት ሰራተኛ

städerska

የጣራ ሰራተኛ

takläggare

አስተናጋጅ

servitör

አዳኝ

jägare

ሰዓሊ

målare

ጋጋሪ

bagare

የኤሌትሪክ ሰራተኛ

elektriker

ገምቢ

byggarbetare

መሃሃዲስ

ingenjör

ልኳንዳ

slaktare

የቧንቧ ሰራተኛ

rörmokare

የፖስታ ሰራተኛ

brevbärare

ወታደር

soldat

መሃንዲስ

arkitekt

የሒሳብ ሰራተኛ

kassör

አበባ ሻጭ

florist

የፀጉር ሰራተኛ

frisör

ቲኬት ቆራጭ

konduktör

መካኒክ

mekaniker

ካፒቴን

kapten

የጥርስ ሐኪም

tandläkare

ተመራማሪ

vetenskapsman

መምህር

rabbin

የሙስሊም ሃይማኖታዊ መሪ

imam

መነኩሴ

munk

ካህን

präst

መሳሪያዎች
verktyg

መዶሻ
hammare
ተቆላፊ ጉጠት
tång
መፍቻ
skruvmejsel
የመሳሪ መፍቻ
skiftnyckel
ባትሪ
ficklampa

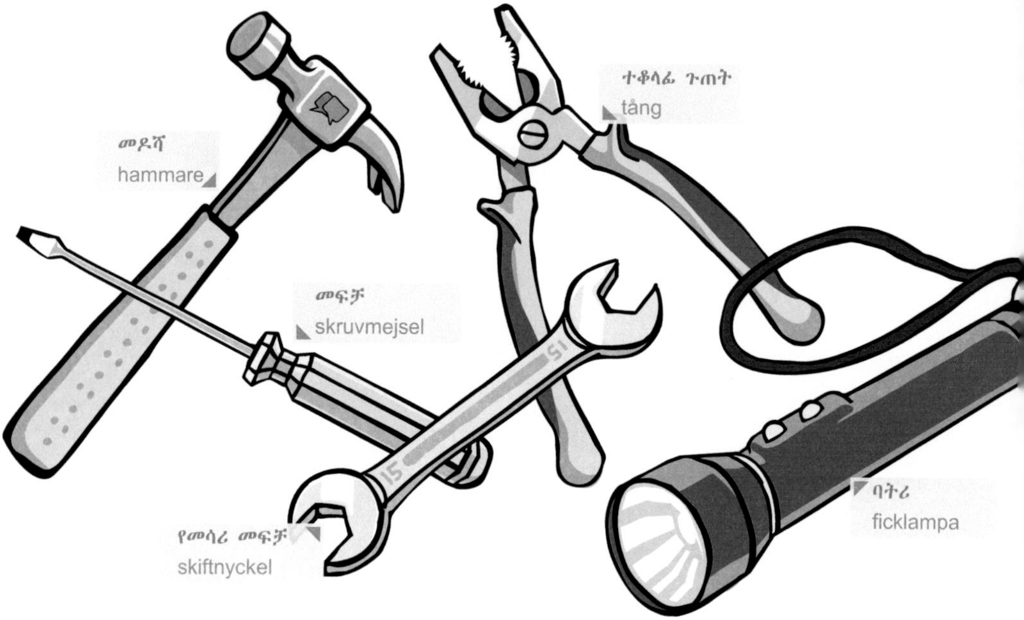

በቁፋሮ የሚዝቅ

grävmaskin

የመፍቻ ሳጥን

verktygslåda

መሰላል

stege

መጋዝ

såg

ምስማር

spik

መሰርሰሪያ

borr

መጠገን
....
reparera

አካፋ
....
spade

የተረገመ!
....
Helvete!

ቆሻሻ ማፈሻ
....
sopskyffel

የቀለም ቆርቆሮ
....
färgburk

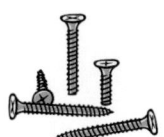

ብሎን
....
skruvar

የሙዚቃ መሳሪያዎች
musikinstrument

የድምፅ ማጉያ መሳርያ
högtalare
የከበሮ መሳሪያዎች
trummor
ክራር መሰል የሙዚቃ መሳሪያ
gitarr
ድርብ ቤዝ ጊታር
kontrabas
የትንፋሽ ሙዚቃ መሳሪያ
trumpet

ፒያኖ

piano

ቫዮሊን

violin

ወፍራም፤ ጎርናና ድምፅ ያለዉ ክራር መሰል ሙዚቃ መሳሪያ

bas

ነጋሪት

timpani

ከበሮ

trumma

በኤሌክትሪክ የሚሰራ ፒኖ

keyboard

የትንፋሽ ሙዚቃ መሳሪያ

saxofon

ዋሽንት

flöjt

የድምፅ ማጉያ

mikrofon

የደር እንስሳት ማቆያ

ZOO

መግቢያ
ingång
ነብር
tiger
ሳጥን
bur
የሜዳ አህያ
zebra
የእንስሳ ምግብ
djurfoder
ትልቅ ድብ
panda

እንስሳቶች

djur

ዝሆን

elefant

ካንጋሮ

känguru

አዉራሪስ

noshörning

ትልቅ ዝንጀሮ

gorilla

ድብ

björn

ግመል

kamel

ሰጎን

struts

አንበሳ

lejon

ጦጣ

apa

ቅልጥመ ረዥም ወፍ

flamingo

በቀቀን

papegoja

የወዋልታ ድብ

isbjörn

የዋልታ ወፎች

pingvin

ረጅም ጥርሶች ያሉትአሳ ነባሪ

haj

ጣዎስ

påfågel

እባብ

orm

አዞ

krokodil

የዱር አራዊት የሚጠበቁበት ማቆያን የሚጠብቅ

djurskötare

አሳ በሊታ የባህር እንስሳ

säl

የዱር ድመት

jaguar

ድንክ ፈረስ

ponny

ነብር

leopard

ጉማሬ

flodhäst

ቀጭኔ

giraff

ንስር

örn

ከርከሮ

vildsvin

አሳ

fisk

የባህር ኤሊ.

sköldpadda

የባህር አዉሬ

valross

ቀበሮ

räv

የሜዳ ፍየል ፤ ሚዳቋ

gazell

የስፖርት አይነቶች

sport

የአሜሪካ እግርኳስ
amerikansk fotboll
የብስክሌት ስፖርት
cykling
ቴኒስ
tennis
የቅርጫት ኳስ
basket
ዋና
simning
የቡጢ ስፖርት
boxning
የበረዶ ላይ የገና ጨዋታ
ishockey

እግር ኳስ

fotboll

የላበ ኳስ ጨዋታ

badminton

አትሌቲክስ

friidrott

የእጅ ኳስ ስፖርት

handboll

የበረዶ መንሸራተት ስፖርት

skidåkning

ፈረስ ግልቢያ

polo

እንቅስቃሴዎች

aktiviteter

መሳቅ
skratta
hoppa
ማቀፍ
krama
መራመድ
gå
መዘመር
sjunga
ህልም ማለም
drömma
መፀለይ
be
መሳም
kyssa

መፃፍ

skriva

መሳል

rita

ማሳየት

visa

መግፋት

skjuta

መስጠት

ge

መዉሰድ

ta

መያዝ

hagel

ማድረግ

göra

መሆን

vara

መቆም

stå

መሮጥ

springa

መሳብ

dra

መወርወር

kasta

መዉደቅ

falla

መዋሸት

ligga

መጠበቅ

vänta

መሸከም

bära

መቀመጥ

sitta

መልበስ

klä på

መተኛት

sova

መንቃት

vakna

መመልከት

se på

ማለልቀስ

gråta

መጫር

smeka

ማበጠር

kamma

ማዉራት

prata

መረዳት

förstå

ጥያቄ

fråga

ማዳመጥ

höra

መጠጣት

dricka

መብላት

äta

ማንፃት

städa

ማፍቀር

älska

ምግብ ማብሰል

laga mat

መንዳት

köra

መብረር

flyga

መርከብ መንዳት

segla

ቁጥሮችን ማስላት

räkna

ማንበብ

läsa

መማር

lära sig

መስራት

arbeta

ማግባት

gifta sig

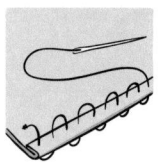

መስፋት

sy

ጥርስ መቦረሽ

borsta tänderna

መግደል

döda

ማጨስ

röka

መላክ

skicka

ቤተሰብ

familj

ት አያት
ormor/farmor
የወንድ አያት
morfar/farfar
pappa
እናት
mamma
ህፃን
baby
ሴት ልጅ
dotter
ወንድ ልጅ
son

እንግዳ

gäst

አክስት

moster/faster

አጎት

farbror/morbror

ወንድም

bror

እህት

syster

አካል

kropp

ግንባር
panna
አይን
öga
ትከሻ
skuldra
ጣት
finger
ፊት
ansikte
አገጭ
haka
እጅ
hand
ጡት
bröst
እግር
ben
ክንድ
arm

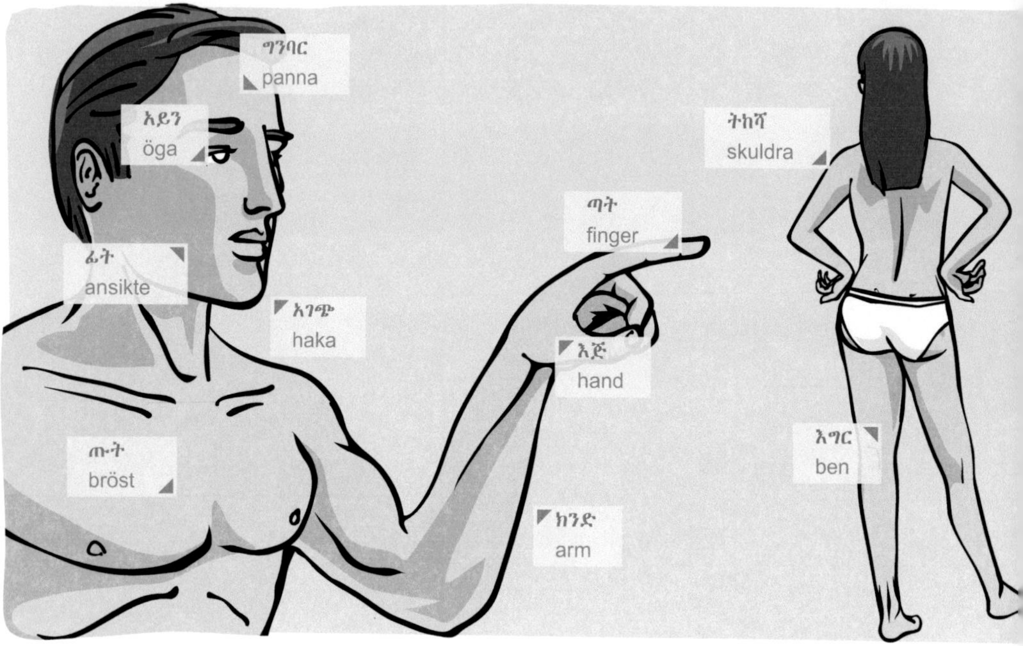

ህፃን

baby

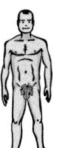

ሰዉ

man

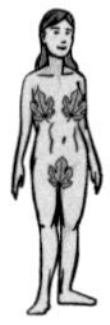

ሴት

kvinna

ልጃገረድ

flicka

ወንድ ልጅ

pojke

ራስ

huvud

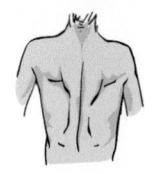

ጀርባ

rygg

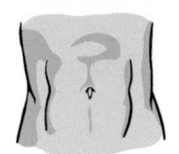

ሆድ

mage

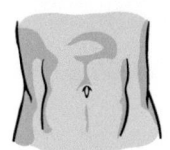

እምብርት

navel

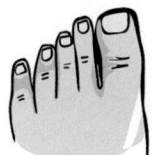

የእግር ጣት

tå

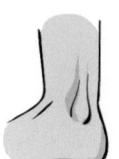

ተረከዝ

häl

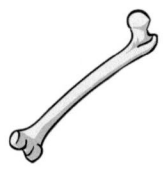

አጥንት

ben

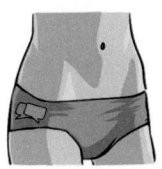

ዳሌ

höft

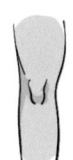

ጉልበት

knä

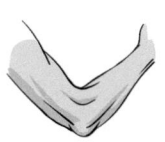

ክርን

armbåge

አፍንጫ

näsa

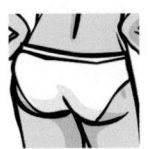

ቂጥ

stjärt

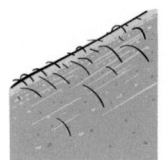

ቆዳ

hud

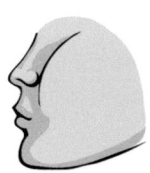

ጉንጭ

kind

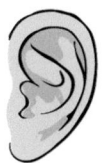

ጆሮ

öra

ከንፈር

läpp

አፍ

mun

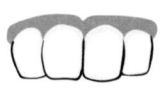

ጥርስ

tand

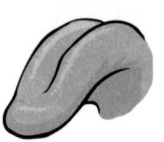

ምላስ

tunga

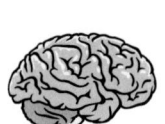

አንጎል

hjärna

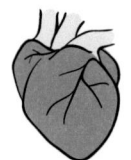

ልብ

hjärta

ጡንቻ

muskel

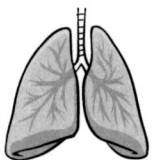

ሳምባ

lunga

ጉበት

lever

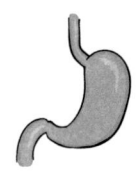

ሆድ

magsäck

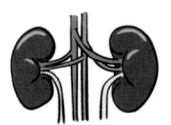

ኩላሊቶች

njurar

የግብረስጋ ግንኙነት

sex

ኮንዶም

kondom

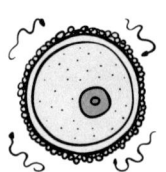

የሴት እንቁላል

äggcell

የዘር ፈሳሽ

sperma

እርግዝና

graviditet

አካል - kropp

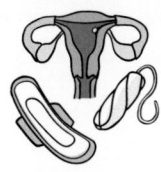

የወር አበባ

menstruation

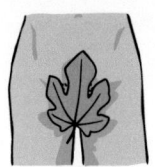

እምስ

vagina

ቁላ

penis

ቅንድብ

ögonbryn

ፀጉር

hår

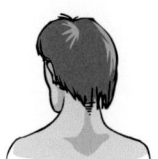

አንገት

nacke

ሆስፒታል
sjukhus

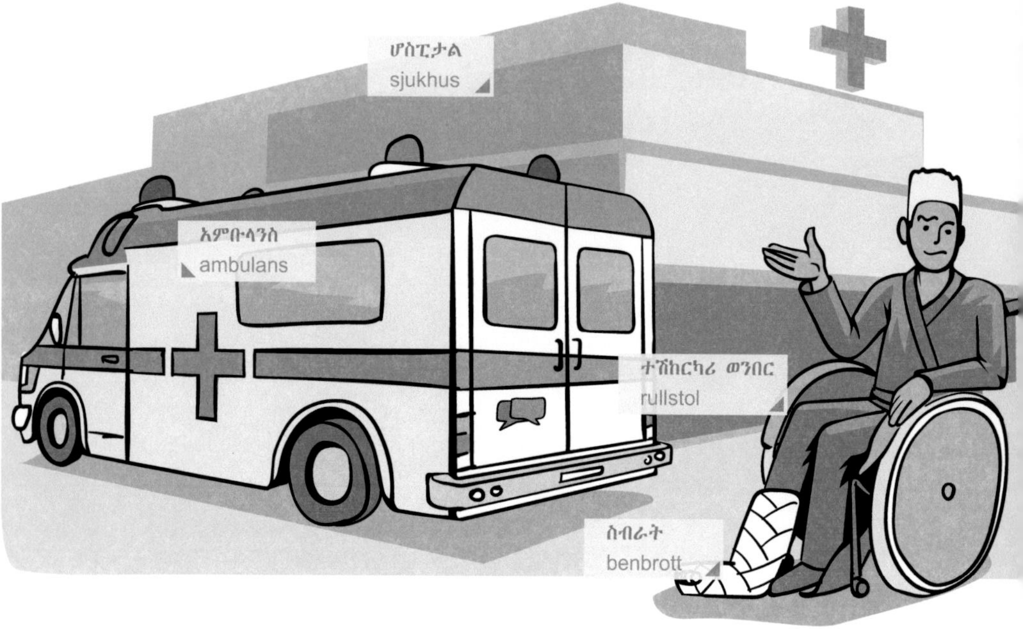

ሆስፒታል
sjukhus
አምቡላንስ
ambulans
ተሽከርካሪ ወንበር
rullstol
ስብራት
benbrott

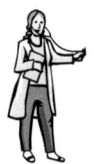

ዶክተር

läkare

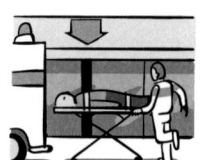

ድንገተኛ ክፍል

akutmottagning

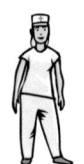

ነርስ

sjuksköterska

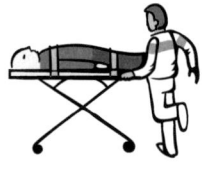

ድንገተኛ

nödsituation

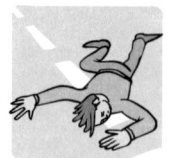

ራስን መሳት/ አለማወቅ

medvetslös

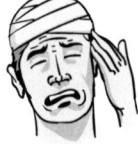

ህመም

smärta

ጉዳት

skada

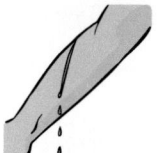

መድማት

blödning

የልብ ድካም

hjärtattack

ስትሮክ

slaganfall

አለርጂ

allergi

ሳል

hosta

ትኩሳት

feber

ኢንፍሎዌንዛ

influensa

ተቅማጥ

diarré

የራስ ምታት

huvudvärk

ካንሰር

cancer

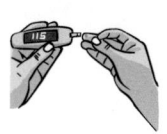

የስኳር በሽታ

diabetes

ቀዶ ጠጋኝ ሐኪም

kirurg

የቀዶ ጥገና ስለት

skalpell

ቀዶ ጥገና

operation

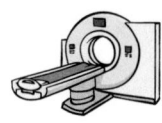

ሲቲ

CT

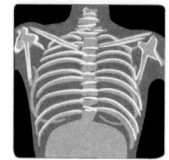

ኤክስሬዬ

röntgen

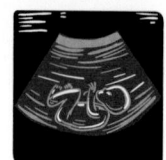

አልትራሳዉንድ

ultraljud

የፊት ጭምብል

ansiktsmask

በሽታ

sjukdom

መጠበቂያ ክፍል

väntsal

ምርኩዝ

krycka

የቁስል ማሸጊያ

plåster

ፋሻ

bandage

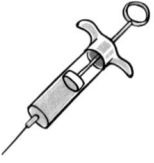

መርፌ

injektion

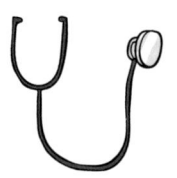

የልብ ምት ማዳመጫ መሳሪያ

stetoskop

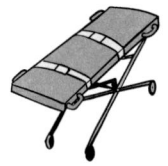

የበሽተኛ አልጋ

bår

የህክምና ሙቀት መለኪያ መሳሪያ

termometer

መውለድ

födsel

ከልክ ያለፈ ክብደት

övervikt

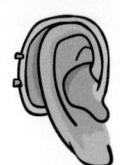

ለመስማት የሚረዳ መሳሪያ

hörapparat

ፀረ ተባይ መድሀኒት

desinfektionsmedel

ማመርቀዝ

infektion

ቫይረስ

virus

ኤች አይቪ ኤድስ

HIV / AIDS

ህክምና

medicin

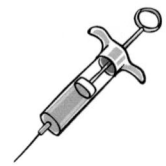

ክትባት

vaccination

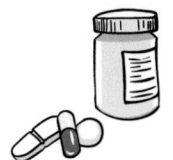

ኪኒን

tabletter

ኪኒን

p-piller

አስቸኳይ የስልክ ጥሪ

nödsamtal

ደም ግፊት መቆጣጠሪያ

blodtrycksmätare

ህመም/ ጤንነት

sjuk / frisk

ድንገተኛ
nödsituation

እርዳታ!

Hjälp!

ማንቂያ ደወል

alarm

ጥቃት

överfall

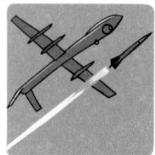

ድብደባ

misshandel

አደጋ

fara

የድንገተኛ መዉጫ

nödutgång

እሳት!

Det brinner!

እሳት ማጥፊያ

brandsläckare

አደጋ

olycka

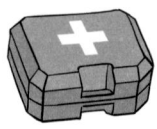

የመጀመሪያ እርዳታ መድሃኒት መያዣ

förbandslåda

ነፍስ አድን

SOS

ፖሊስ

polis

አዉሮፓ

Europa

ሰሜን አሜሪካ

Nordamerika

ደቡብ አሜሪካ

Sydamerika

አፍሪካ

Afrika

እስያ

Asien

አዉስትራሊያ

Australien

አትላንቲክ

Atlanten

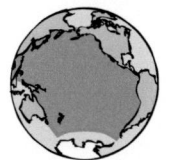

ፓስፊክ

Stilla Havet

የህንድ ዉቅያኖስ

Indiska Oceanen

አንታርክቲክ ዉቅያኖስ

Antarktiska Oceanen

አርክቲክ ዉቅያኖስ

Arktiska Oceanen

ሰሜን ዋልታ

Nordpol

ደቡብ ዋልታ

Sydpol

አንታርክቲካ

Antarktis

ምድር

Jorden

መሬት

land

ባህር

hav

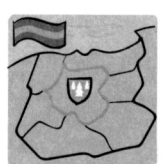

ደሴት

ö

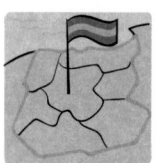

አገርና ህዝብ

nation

መንግስት

stat

ሰዓት

klocka

የሰዓት ገፅታ

urtavla

ሰዓት

timvisare

ደቂቃ

minutvisare

ሴኮንድ

sekundvisare

ስንት ሰዓት ነው?

Vad är klockan?

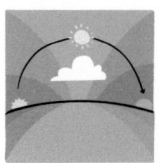

ቀን

dag

ጊዜ

tid

አሁን

nu

የቁጥር ሰዐት

digital klocka

ደቂቃ

minut

ሰዓታት

timme

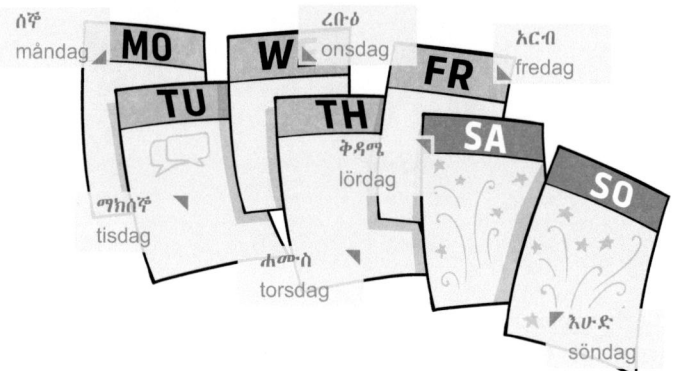

ሰኞ
måndag

ረቡዕ
onsdag

ዓርብ
fredag

ማክሰኞ
tisdag

ሓሙስ
torsdag

ቅዳሜ
lördag

እሁድ
söndag

ትላንት

igår

ዛሬ

idag

ነገ

imorgon

ማለዳ

morgon

ቀትር

middag

ምሽት

kväll

MO	TU	WE	TH	FR	SA	SU
1	2	3	4	5	6	7
8	9	10	11	12	13	14
15	16	17	18	19	20	21
22	23	24	25	26	27	28
29	30	31	1	2	3	4

የስራ ቀናት

vardagar

MO	TU	WE	TH	FR	SA	SU
1	2	3	4	5	6	7
8	9	10	11	12	13	14
15	16	17	18	19	20	21
22	23	24	25	26	27	28
29	30	31	1	2	3	4

የዕረፍት ቀናት

helg

ዝናብ
regn
ቀስተ ዳመና
regnbåge
ጥጥ የሚመስል አመዳይ
በረዶ
snö
vår
በጋ
sommar
መኸር
höst
ክረምት
vinter

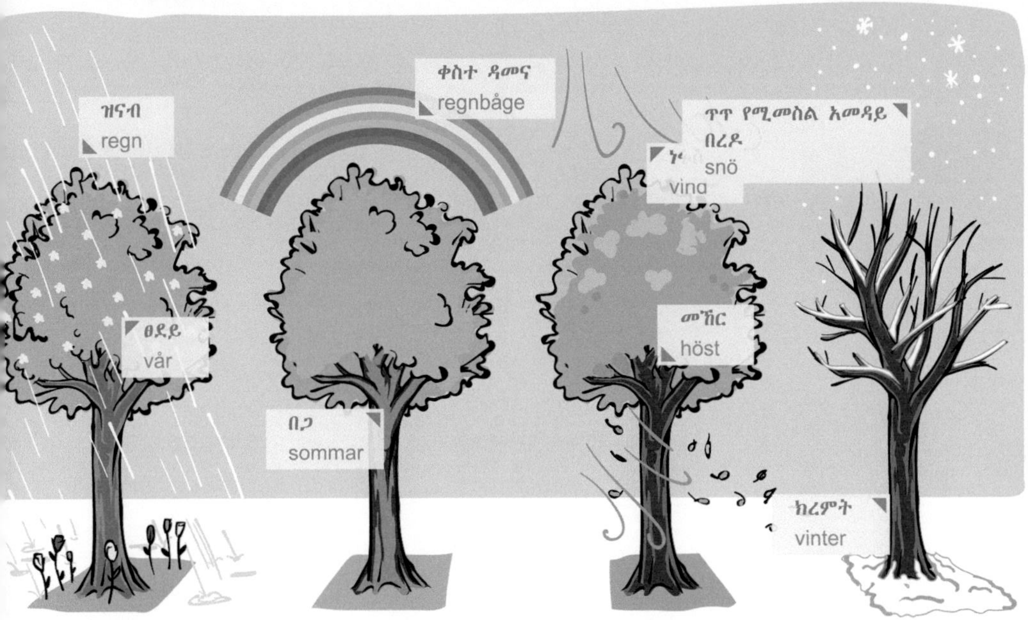

የአየር ሁኔታ ትንበያ

väderprognos

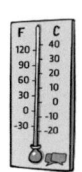

የሙቀት መለኪያ

termometer

የፀሀይ ሙቀት

solsken

ደመና

moln

ጭጋግ

dimma

እርጥበታማነት

luftfuktighet

መብረቅ

blixt

ነጐድጓድ

åska

አዉሎ ንፋስ

storm

የበረዶ ዝናብ

hagel

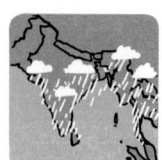

አዉሎ ንፋስ

monsun

ጎርፍ

översvämning

በረዶ

is

ጥር

januari

የካቲት

februari

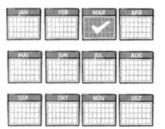

መጋቢት

mars

ሚያዚያ

april

ግንቦት

maj

ሰኔ

juni

ሐምሌ

juli

ነሐሴ

augusti

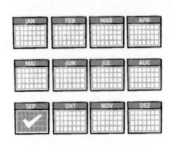

መስከረም

september

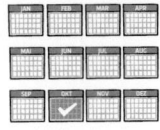

ጥቅምት

oktober

ህዳር

november

ታህሳስ

december

ቅርፆች

former

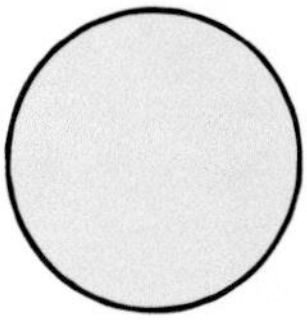

ክብ

cirkel

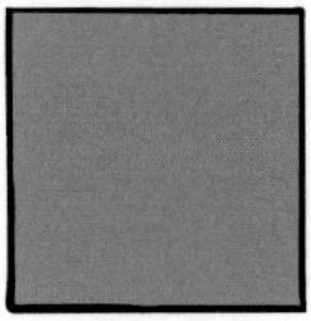

አራት ማዕዘን

kvadrat

አራት ቀጥተኛ ማዕዘኖች ጎኖች ያሉት ቅርፅ

rektangel

ሶስት ማዕዘን

triangel

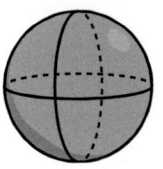

ሉል

sfär

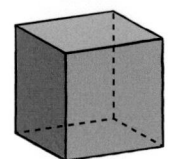

ስድስት ጎን ያለዉ ቅርፅ

kub

ቀለማት

färger

ነጭ
....
vit

ቢጫ
....
gul

ብርቱካናማ
....
orange

ሮዝ
....
rosa

ቀይ
....
röd

ወይን ጠጅ
....
lila

ሰማያዊ
....
blå

አረንጓዴ
....
grön

ቡኒ
....
brun

ግራጫ
....
grå

ጥቁር
....
svart

ተቃራኒዎች
motsatser

ብዙ/ ጥቂት

mycket / lite

ንዴት/ እርጋታ

arg / lugn

ቆንጆ/ አስቀያሚ

vacker / ful

ጅማሬ/ ፍፃሜ

början / slut

ትልቅ/ ትንሽ

stor / liten

ደማቅ/ ደብዛዛ

ljus / mörk

ወንድም/ እህት

bror / syster

ንፁህ/ ቆሻሻ

ren / smutsig

የተሟላ/ ያልተሟላ

komplett / ofullständig

ቀን/ ምሽት

dag / natt

የሞተ/ ህያዉ

död / levande

ሰፊ/ ጠባብ

bred / smal

የሚበላ/ የማይበላ

ätlig / oätlig

ክፉ/ ደግ

ond / god

ደስተኛ/ ድብርተኛ

upphetsad / uttråkad

ወፍራም/ ቀጭን

tjock / smal

መጀመርያ/ መጨረሻ

först / sist

ጓደኛ/ ጠላት

vän / fiende

ሙሉ/ ጎዶሎ

full / tom

ጠንካራ/ ለስላሳ

hård / mjuk

ከባድ/ ቀላል

tung / lätt

ረሃብ/ ጥማት

hunger / törst

ህመም/ ጤንነት

sjuk / frisk

ህገወጥ/ ህጋዊ

olaglig / laglig

ኀበዝ/ ደደብ

intelligent / dum

ግራ/ ቀኝ

vänster / höger

ቅርብ/ ሩቅ

nära / långt bort

አዲስ/ አሮጌ
....
ny / begagnad

ምንም/ የሆነ ነገር
....
inget / något

ሽማግሌ/ ወጣት
....
gammal / ung

የበራ/ የጠፋ
....
på / av

ክፍት/ ዝግ
....
öppen / stängd

ፀጥታ/ ጫጫታ
....
tyst / högljudd

ሃብታም/ ደሃ
....
rik / fattig

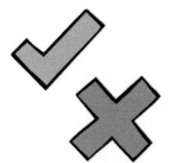

ትክክለኛ/ የተሳሳተ
....
rätt / fel

ሻካራ/ ለስላሳ
....
grov / slät

ሐዘን/ ደስታ
....
ledsen / glad

አጭር/ ረዥም
....
kort / lång

ዝግተኛ/ ፈጣን
....
långsam / snabb

እርጥብ/ ደረቅ
....
våt / torr

ሞቃት/ ቀዝቃዛ
....
varm / sval

ጦርነት/ ሰላም
....
krig / fred

ቁጥሮች

siffror

0

ዜሮ

noll

1

አንድ

ett

2

ሁለት

två

3

ሶስት

tre

4

አራት

fyra

5

አምስት

fem

6

ስድስት

sex

7

ሰባት

sju

8

ስምንት

åtta

9

ዘጠኝ

nio

10

አስር

tio

11

አስራ አንድ

elva

12

አስራ ሁለት

tolv

13

አስራ ሶስት

tretton

14

አስራ አራት

fjorton

15

አስራ አምስት

femton

16

አስራ ስድስት

sexton

17

አስራ ሰባት

sjutton

18

አስራ ሰስምንት

arton

19

አስራ ዘጠኝ

nitton

20

ሃያ

tjugo

100

መቶ

hundra

1.000

ሽህ

tusen

1.000.000

ሚሊዮን

miljon

ቋንቋዎች

språk

እንግሊዝኛ

engelska

የአሜሪካ እንግሊዝኛ

amerikansk engelska

የቻይና ማንዳሪን

kinesisk mandarin

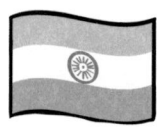

ሂንዱ

hindi

ስፓኒሽ

spanska

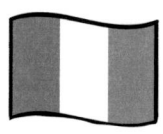

ፍሬንች

franska

አረብኛ

arabiska

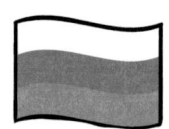

ራሺያኛ

ryska

ፖርቹጊዝ

portugisiska

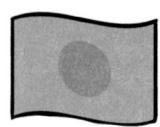

ቤንጋሊ

bengali

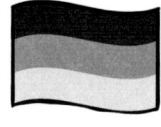

ጀርመን

tyska

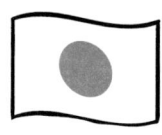

ጃፓንኛ

japanska

ማን/ ምን/ እንዴት

vem / vad / hur

እኔ

jag

አንተ

du

እሱ/ እርሷ/ እቃዉ

han / hon / den (det)

እኛ

vi

አንተ

ni

እነርሱ

de

ማን?

vem?

ምን?

vad?

እንዴት?

hur?

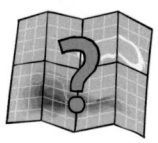

የት?

var?

መቼ?

när?

ስም

namn

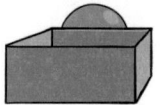

በስተጀርባ

bakom

ዉስጥ

i

ከፊት ለፊት

framför

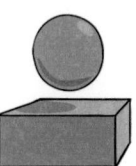

ከላይ

över

ላይ

på

ከስር

under

አጠገብ

bredvid

መሃከል

mellan

ቦታ

plats